MW01341363

WHO SAID IT: ______________________

DATE: ______________________

WHERE: ______________________

____

WHO SAID IT: ______________________

DATE: ______________________

WHERE: ______________________

____

WHO SAID IT: ____________________

DATE: ____________________

WHERE: ____________________

____

WHO SAID IT: ____________________

DATE: ____________________

WHERE: ____________________

WHO SAID IT: ______________________

DATE: ______________________

WHERE: ______________________

____

WHO SAID IT: ______________________

DATE: ______________________

WHERE: ______________________

____

WHO SAID IT: ______________________

DATE: ______________________

WHERE: ______________________

____

WHO SAID IT: ______________________

DATE: ______________________________

WHERE: ____________________________

____

WHO SAID IT: ______________________

DATE: ______________________

WHERE: ______________________

____

WHO SAID IT: ______________________

DATE: ______________________

WHERE: ______________________

____

WHO SAID IT: ___________________

DATE: ___________________________

WHERE: __________________________

____

WHO SAID IT:

DATE:

WHERE:

WHO SAID IT: ______________________

DATE: ______________________________

WHERE: _____________________________

____

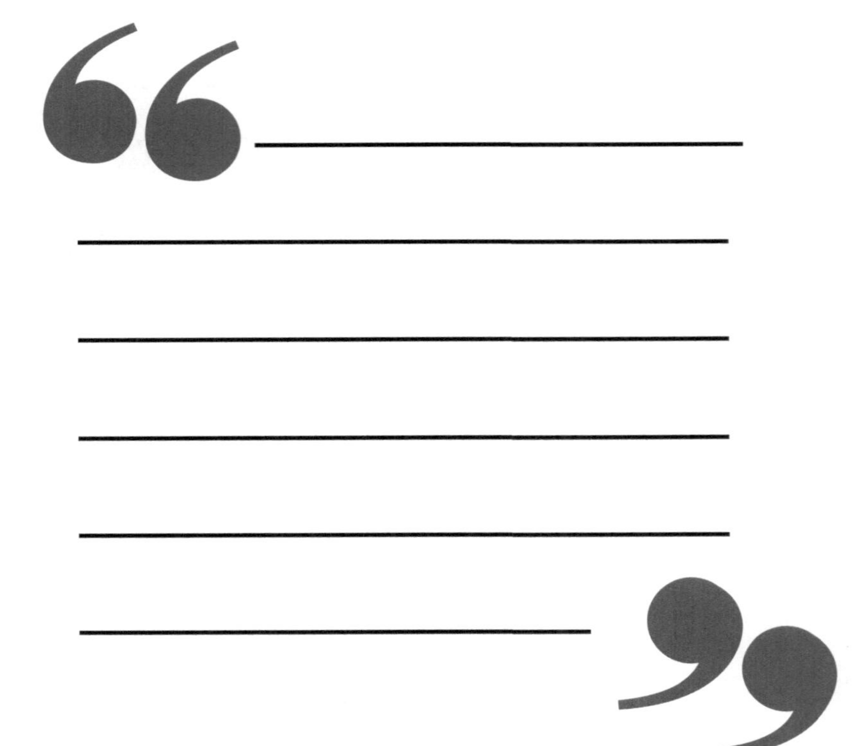

WHO SAID IT: ______________________

DATE: ______________________________

WHERE: _____________________________

____

WHO SAID IT: ______________________

DATE: ______________________

WHERE: ______________________

____

WHO SAID IT: ____________________

DATE: ____________________

WHERE: ____________________

____

WHO SAID IT: ______________________

DATE: ______________________

WHERE: ______________________

____

WHO SAID IT: ____________________

DATE: ____________________

WHERE: ____________________

____

WHO SAID IT: ______________________

DATE: ______________________

WHERE: ______________________

____

WHO SAID IT: ____________________

DATE: ____________________

WHERE: ____________________

____

WHO SAID IT: ______________________

DATE: ______________________

WHERE: ______________________

____

enjoy every moment.

WHO SAID IT: ______________________

DATE: ______________________

WHERE: ______________________

____

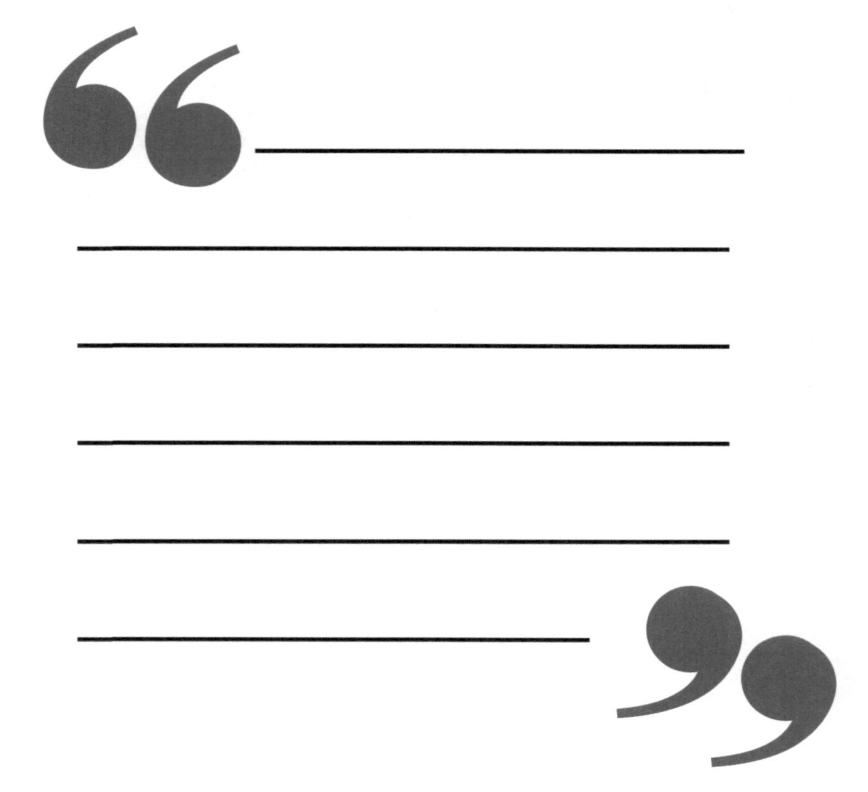

WHO SAID IT: ____________________

DATE: ____________________

WHERE: ____________________

____

WHO SAID IT: ______________________

DATE: ______________________________

WHERE: ____________________________

____

WHO SAID IT: ______________________

DATE: ______________________________

WHERE: ____________________________

____

WHO SAID IT: ____________________

DATE: ____________________

WHERE: ____________________

____

WHO SAID IT: ____________________

DATE: ____________________

WHERE: ____________________

____

WHO SAID IT: ____________________

DATE: ____________________

WHERE: ____________________

____

WHO SAID IT:

DATE:

WHERE:

WHO SAID IT: ______________________

DATE: ______________________

WHERE: ______________________

____

“______________________

____

____

____

____

______________________”

WHO SAID IT: ______________________

DATE: ______________________

WHERE: ______________________

____

WHO SAID IT: ______________________

DATE: ______________________________

WHERE: _____________________________

____

WHO SAID IT: ____________________

DATE: ____________________

WHERE: ____________________

____

WHO SAID IT: ____________________

DATE: ____________________

WHERE: ____________________

____

WHO SAID IT: ______________________

DATE: ______________________

WHERE: ______________________

____

WHO SAID IT: ______________________

DATE: ______________________

WHERE: ______________________

____

WHO SAID IT: ______________________

DATE: ______________________

WHERE: ______________________

____

WHO SAID IT: ____________________

DATE: ____________________________

WHERE: __________________________

____

WHO SAID IT: ______________________

DATE: ______________________

WHERE: ______________________

____

WHO SAID IT: ____________________

DATE: ____________________

WHERE: ____________________

____

Carpe diem!

WHO SAID IT: ______________________

DATE: ______________________

WHERE: ______________________

____

WHO SAID IT: ______________________

DATE: ______________________

WHERE: ______________________

____

WHO SAID IT: ___________________

DATE: ___________________

WHERE: ___________________

____

WHO SAID IT: ______________________

DATE: ______________________

WHERE: ______________________

____

WHO SAID IT: ____________________

DATE: ____________________

WHERE: ____________________

____

WHO SAID IT: ____________________

DATE: ____________________

WHERE: ____________________

____

WHO SAID IT: ______________________

DATE: ____________________________

WHERE: __________________________

____

WHO SAID IT: ____________________

DATE: ____________________

WHERE: ____________________

____

WHO SAID IT: ____________________

DATE: ____________________

WHERE: ____________________

____

WHO SAID IT: ___

DATE: ___

WHERE: ___

WHO SAID IT: ______________________

DATE: ______________________

WHERE: ______________________

____

WHO SAID IT: ______________________

DATE: ______________________

WHERE: ______________________

____

WHO SAID IT: ____________________

DATE: ____________________

WHERE: ____________________

____

WHO SAID IT: ____________________

DATE: ____________________

WHERE: ____________________

WHO SAID IT: ___________________________

DATE: ___________________________

WHERE: ___________________________

____

WHO SAID IT: ______________________

DATE: ______________________

WHERE: ______________________

____

WHO SAID IT: ______________________

DATE: ______________________

WHERE: ______________________

____

WHO SAID IT: ______________________

DATE: ______________________________

WHERE: ____________________________

____

WHO SAID IT: ______________________

DATE: ______________________________

WHERE: ____________________________

____

precious moments

WHO SAID IT: ____________________

DATE: ____________________

WHERE: ____________________

____

WHO SAID IT: ____________________

DATE: ____________________

WHERE: ____________________

____

WHO SAID IT: ______________________

DATE: ______________________

WHERE: ______________________

____

WHO SAID IT:

DATE:

WHERE:

WHO SAID IT: ____________________

DATE: ____________________

WHERE: ____________________

____

WHO SAID IT: ____________________

DATE: ____________________

WHERE: ____________________

____

WHO SAID IT: ______________________

DATE: __________________________

WHERE: _________________________

____

WHO SAID IT: ______________________

DATE: ______________________

WHERE: ______________________

____

WHO SAID IT: ______________________

DATE: ______________________

WHERE: ______________________

____

WHO SAID IT: ____________________

DATE: ____________________

WHERE: ____________________

____

WHO SAID IT: ______________________

DATE: ______________________________

WHERE: ____________________________

____

WHO SAID IT: ____________________

DATE: ____________________

WHERE: ____________________

____

WHO SAID IT: ____________________

DATE: ____________________

WHERE: ____________________

____

WHO SAID IT: ______________________

DATE: ______________________

WHERE: ______________________

____

WHO SAID IT: ____________________

DATE: ____________________

WHERE: ____________________

____

WHO SAID IT: ______________________

DATE: ______________________

WHERE: ______________________

____

WHO SAID IT: ______________________

DATE: ______________________

WHERE: ______________________

____

WHO SAID IT: ______________________

DATE: ______________________

WHERE: ______________________

____

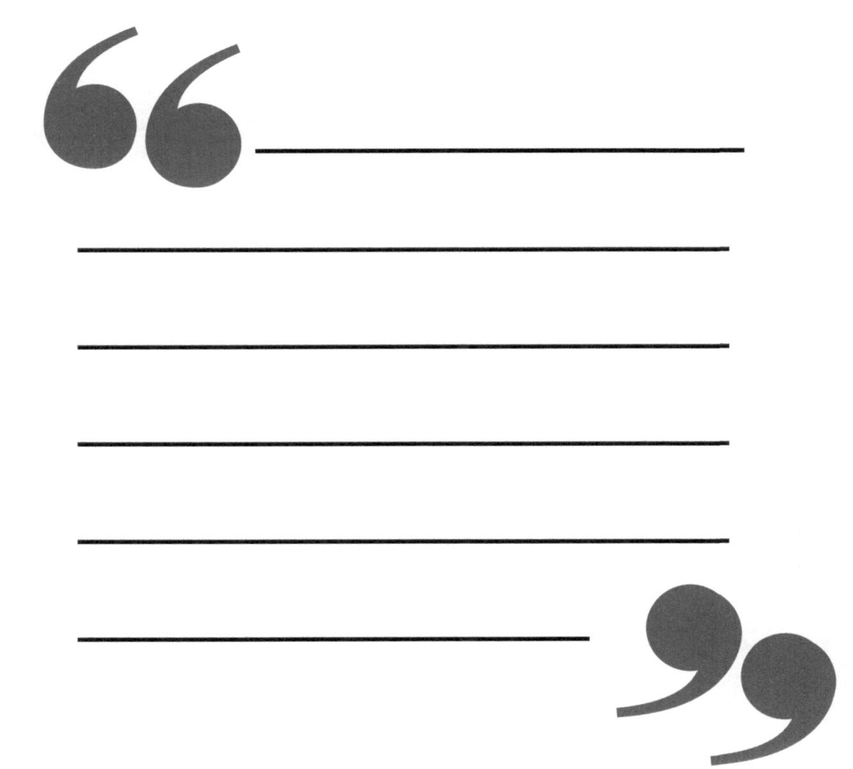

WHO SAID IT: ______________________

DATE: ______________________

WHERE: ______________________

____

WHO SAID IT: ____________________

DATE: ____________________

WHERE: ____________________

____

live
laugh
love

WHO SAID IT:

DATE:

WHERE:

WHO SAID IT: ____________________

DATE: ____________________

WHERE: ____________________

____

“ ____________________

____

____

____

____

____________________ ”

WHO SAID IT: ______________________

DATE: ______________________

WHERE: ______________________

____

WHO SAID IT: ____________________

DATE: ____________________

WHERE: ____________________

____

WHO SAID IT: ______________________

DATE: ______________________

WHERE: ______________________

____

WHO SAID IT: ______________________

DATE: ______________________________

WHERE: ____________________________

____

WHO SAID IT: ____________________

DATE: ____________________________

WHERE: ___________________________

____

WHO SAID IT: ____________________

DATE: ____________________

WHERE: ____________________

____

WHO SAID IT: ______________________

DATE: ______________________

WHERE: ______________________

____

WHO SAID IT: ____________________

DATE: ____________________

WHERE: ____________________

____

WHO SAID IT: ____________________

DATE: ____________________

WHERE: ____________________

____

WHO SAID IT: ____________

DATE: ____________

WHERE: ____________

____

WHO SAID IT: ______________________

DATE: ______________________

WHERE: ______________________

____

WHO SAID IT: ____________________

DATE: ____________________

WHERE: ____________________

____

WHO SAID IT: ______________________

DATE: __________________________

WHERE: _________________________

____

WHO SAID IT: ______________________

DATE: ______________________

WHERE: ______________________

____

WHO SAID IT: ______________________

DATE: ______________________

WHERE: ______________________

____

WHO SAID IT: ______________________

DATE: __________________________

WHERE: _________________________

____

WHO SAID IT: ______________________

DATE: ______________________

WHERE: ______________________

____

life is good

WHO SAID IT: ______________________

DATE: ______________________

WHERE: ______________________

____

WHO SAID IT: ______________________

DATE: ______________________

WHERE: ______________________

____

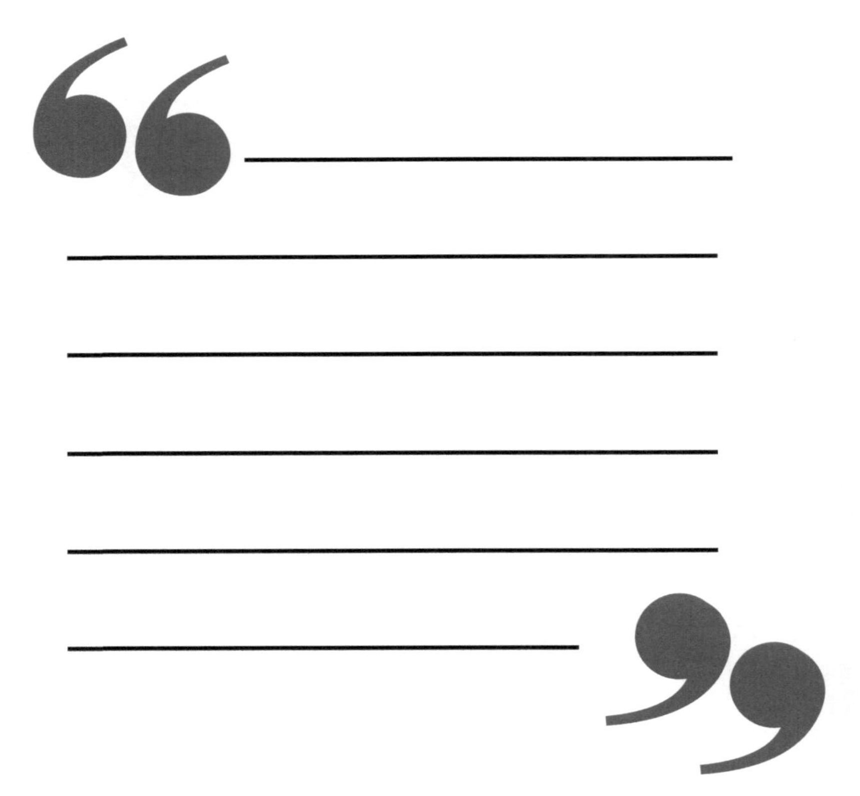

WHO SAID IT: ______________________

DATE: ______________________

WHERE: ______________________

____

WHO SAID IT: ______________________

DATE: ______________________

WHERE: ______________________

____

WHO SAID IT: ______________________

DATE: ______________________

WHERE: ______________________

____

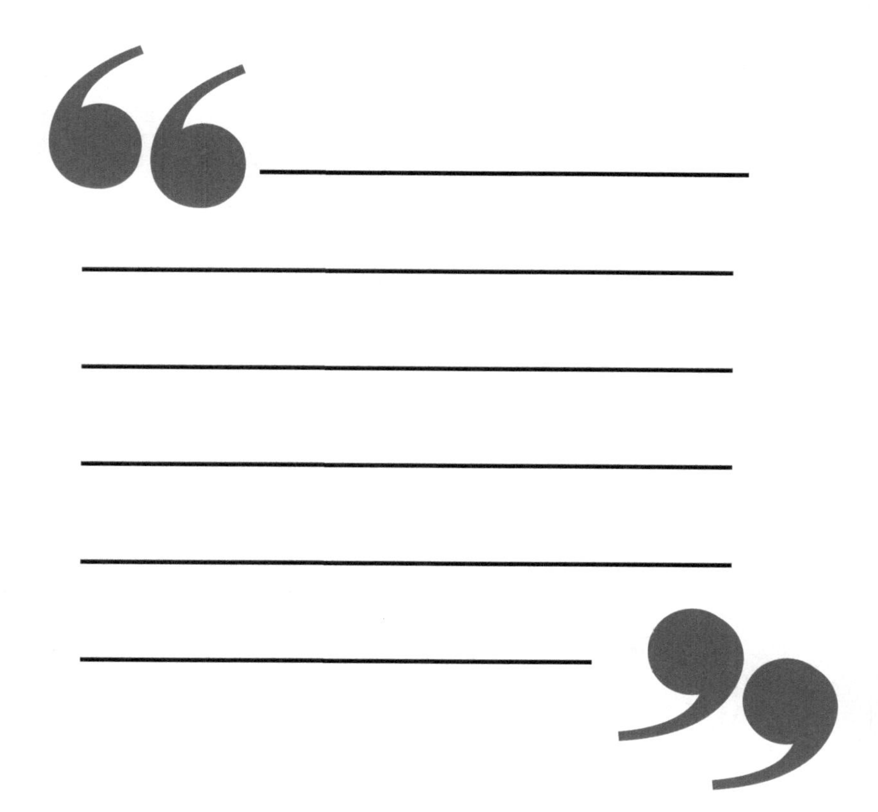

WHO SAID IT: ______________________

DATE: ______________________

WHERE: ______________________

____

WHO SAID IT: ______________________

DATE: ______________________

WHERE: ______________________

____

WHO SAID IT: ______________________

DATE: ______________________

WHERE: ______________________

____

WHO SAID IT: ____________________

DATE: ____________________

WHERE: ____________________

____

WHO SAID IT: ______________________

DATE: ______________________

WHERE: ______________________

____

WHO SAID IT: ______________________

DATE: ______________________

WHERE: ______________________

____

WHO SAID IT: ____________________

DATE: ____________________

WHERE: ____________________

____

WHO SAID IT: ____________________

DATE: ____________________

WHERE: ____________________

____

WHO SAID IT: ______________________

DATE: ______________________

WHERE: ______________________

____

WHO SAID IT: ____________________

DATE: ____________________

WHERE: ____________________

____

WHO SAID IT: ____________________

DATE: ____________________

WHERE: ____________________

____

WHO SAID IT: ______________________

DATE: ______________________

WHERE: ______________________

____

WHO SAID IT: ______________________

DATE: ______________________

WHERE: ______________________

____

“______________________

____

____

____

____

______________________”

Made in the USA
Thornton, CO
10/09/23 08:12:12

ab10a6d5-2c11-4a17-acfd-fed05ca0ef2aR02